Florante at Laura

Pinagdaanang Buhay nina Florante at Laura sa Kahariang Albanya: Kinuha sa madlang "cuadro histórico" o pinturang nagsasabi sa mga nangyayari nang unang panahon sa Imperyo ng Gresya, at tinula ng isang matuwain sa bersong Tagalog

Francisco Balagtas

Florante at Laura
Copyright © JiaHu Books 2014
First Published in Great Britain in 2014 by Jiahu Books – part of
Richardson-Prachai Solutions Ltd, 34 Egerton Gate, Milton Keynes,
MK5 7HH
ISBN: 978-1-78435-092-5
A CIP catalogue record for this book is available from the British Library
Visit us at: jiahubooks.co.uk

Pag-aalay kay Selya

Kung pagsaulan kong basahin[1] sa isip
ang nangakaraang araw ng pag-ibig,
may mahahagilap kayang natititik
liban na kay Selyang[2] namugad sa dibdib?

Yaong Selyang laging pinapanganiban,
baka makalimot sa pag-iibigan;
ang ikinalubog niring kapalaran
sa lubhang malalim na karalitaan.

Makaligtaan ko kayang 'di basahin,
nagdaang panahon ng suyuan namin?
kaniyang pagsintang ginugol sa akin
at pinuhunan kong pagod at hilahil?

Lumipas ang araw na lubhang matamis
at walang natira kundi ang pag-ibig,
tapat na pagsuyong lalagi sa dibdib
hanggang sa libingan bangkay ko'y maidlip.

Ngayong namamanglaw sa pangungulila,
ang ginagawa kong pang-aliw sa dusa,
nagdaang panaho'y inaalaala,
sa iyong larawa'y ninitang ginhawa.

Sa larawang guhit ng sintang pinsel,

---

1 Ginagamit sa katuturan ng "aalalahanin" o "isipin".

2 bansag na ibinigay ni Francisco Balagtas sa dating kasintahan

kusang inilimbag sa puso't panimdim
nag-iisang sanlang naiwan sa akin,
at 'di mananakaw magpahanggang libing.

Ang kaluluwa ko'y kusang dumadalaw
sa lansanga't ngayong iyong niyapakan;
sa Ilog Beata't Hilom[3] na mababaw,
yaring aking puso'y laging lumiligaw.

'di mamakailang mupo ng panimdim
sa puno ng manggang naraanan natin;
sa nagbiting bungang ibig mong pitasin,
ang ulilang sinta'y aking inaaliw.

Ang katauhan ko'y kusang nagtatalik[4]
sa buntung-hininga nang ika'y may sakit,
himutok ko noo'y inaaring-langit,
paraiso naman ang may tulong-silid.

Nililigawan ko ang iyong larawan
sa makating ilog[5] na kinalagian;
binabakas ko rin sa masayang do'ngan[6],
yapak ng paa mo sa batong tuntungan.

Nagbabalik mandi't parang hinahanap,

---

3 mga katubigan sa Pandakang kanilang dinadalaw nang sila ay
magkasintahan pa

4 Ginagamit sa katuturan ng "nangungusap", hindi sa "pakikiapid" o
"pagsisiping".

5 Walang kaugnayan sa Lungsod ng Makati o sa pangangailangan ng
pagkamot, kundi ito ay mula sa salitang "kati", na nangangahulugang taas ng
tubig sa dagat.

6 mula sa "daungan"

6

dito ang panahong masayang lumipas;
na kung maliligo'y sa tubig aagap,
nang hindi abutin ng tabsing sa dagat.

Parang naririnig ang lagi mong wika:
"Tatlong araw na 'di nagtatanaw-tama,"
at sinasagot ko ng sabing may tuwa-
"Sa isang katao'y marami ang handa."

Anupa nga't walang 'di nasisiyasat
ang pag-iisip ko sa tuwang kumupas;
sa kagugunita, luha'y lagaslas,
sabay ang taghoy kong "O, nasawing palad!"

Nasaan si Selyang ligaya ng dibdib?
Ang suyuan nami'y bakit 'di lumawig?
Nahan ang panahong isa niyang titig
ang siyang buhay ko, kaluluta't langit?

Bakit baga ngayong kami maghiwalay
ay dipa nakitil yaring abang buhay?
Kung gunitain ka'y aking kamatayan,
sa puso ko Selya'y, 'di ka mapaparam.

Itong 'di matiis na pagdaralita
nang dahil sa iyo, o nalayong tuwa,
ang siyang umakay na ako'y tumula,
awitin ang buhay ng isang naaba.

Selya'y talastas ko't malalim na umid,
mangmang ang Musa ko't malumbay na tinig;
'di kinabahagya kung hindi malait,
palaring dinggin mo ng tainga't isip.

Ito'y unang bukal ng bait kong kutad

na inihahandog sa mahal mong yapak;
tanggapin mo nawa kahit walang lasap,
nagbuhat sa puso ng lingkod na tapat.

Kung kasadlakan man ng pula't pag-ayop,
tubo ko'y dakila sa pahunang pagod;
kung binabasa mo'y isa mang himutok
ay alalahanin yaring naghahandog.[7]

Masasayang Ninfas sa lawa ng Bai,
Sirenas, ang tinig ay kawili-wili,
kayo ngayo'y siyang pinipintakasi
ng lubhang mapanglaw na Musa kong imbi.

Ahon sa dalata't pampang na nagligid,
tonohan ng lira yaring abang awit
na nagsasalitang buhay mo'y mapatid,
tapat na pagsinta'y hangad na lumawig.

Ikaw na bulaklak niring dilidili,
Selyang sagisag mo'y ang MAR[8]
sa Birheng[9] mag-ina'y ipamintakasi
ang tapat mong lingkod na si FB[10]

_____

7 Si Francisco Balagtas ang itinutukoy.

8 Binabasa nang /'eme 'a 'ere/ (Kastilang pagbikas).

9 Ang tinutukoy ay si Maria ng Kristyanismo.

10 Binabasa nang /'efe 'be/ (Kastilang pagbigkas).

Sa Babasa Nito

Salamat sa iyo[11], o nanasang[12] irog,
kung halagahan mo itong aking pagod,
ang tula ma'y bukal ng bait na kapos,
pakikinabangan ng ibig tumarok.

Kung sa biglang tingi'y bubot at masaklap
palibhasa'y hilaw at mura ang balat
ngunit kung namnamin ang sa lamang lasap,
masasarapan din ang babasang pantas.

'di ko hinihinging pakamahalin mo,
tawana't dustain ang abang tula ko;
gawin ang ibigi't alpa'y nasa iyo
ay huwag mo lamang baguhin ang berso.

Kung sa pagbasa mo'y may tulang malabo,
bago mo hatulang katkatin at liko,
pasuriin muna ang luwasa't hulo,
at makikilalang malinaw at wasto.

Ang may tandang letra alinmang talata,
'di mo mawatasa't malalim na wika,
ang mata'y itingin sa dakong ibaba,
buong kahuluga'y mapag-uunawa.[13]

---

11 Ang mambabasa ang itinutukoy.

12 Ang aspeto ng pandiwang ito ay makaluma, at hindi na ginagamit sa
kasalukuyang Tagalog. Sa kasalukuyang Tagalog, ito ay "bumabasa".
Parehong salita ay mula sa pandiwang basa.

13 Ito ay dahil ang orihinal na awit ay naglalaman din ng mga talababa kung
saan inilalagay ang mga kahulugan ng mga malalalim at di-pangkaraniwang
salita.

Hanggang dito ako, o nanasang pantas,
sa kay Segismundo'y[14] huwag ding matulad;
sa gayong katamis wikang masasarap
ay sa kababago ng tula'y umalat.

Pagbubukas

Sa isang madilim, gubat[15] na mapanglaw,
dawag na matinik ay walang pagitan,
halos naghihirap ang kay Pebong silang
dumalaw sa loob na lubhang masukal.

Malalaking kahoy — ang inihahandog,
pawang dalamhati, kahapisa't lungkot;
huni pa ng ibon ay nakakalunos
sa lalong matimpi't nagsasayang loob.

Tanang mga baging na namimilipit
sa sanga ng kahoy ay balot ng tinik;
may bulo ang bunga't nagbibigay-sakit
sa kanino pa mang sumagi't malapit.

Ang mga bulaklak ng natayong kahoy,
pinakapamuting nag-ungos sa dahon;
pawang kulay luksa[16] at nakikiayon
sa nakaliliyong masangsang na amoy.

---

14 isang makatang kilala sa kaugalian niyang pagbabago ng mga bahagi ng mga panitikan

15 Ito ang gubat sa labas ng Epiro sa tabi ng Ilog Kosito

16 Kulay biyoleta o madidilim na kulay ang itinutukoy.

Karamiha'y Sipres at Higerang kutad
na ang lihim niyon ay nakakasindak;
ito'y walang bunga't daho'y malalapad
na nakadidilim sa loob ng gubat.

Ang mga hayop pang dito'y gumagala,
karamiha'y S'yerpe't Basilisko'y madla
Hayena't Tigreng ganid na nagsisila
ng buhay ng tao't daiging kapuwa.

Ito'y gubat manding sa pinto'y malapit
ng Avernong Reyno ni Plutong masungit;
ang nasasakupang lupa'y dinidilig
ng Ilog Kositong kamandag ang tubig.

Sa may gitna nitong mapanglaw na gubat,
may punong Higerang daho'y kulay-pupas;
dito nagagapos ang kahabag-habag[17],
isang pinag-usig ng masamang palad.

Baguntaong basal na ang anyo'y tindig,
kahit natatali — kamay, paa't liig,
kundi si Narsiso'y tunay na Adonis,
mukha'y sumisilang sa gitna ng sakit.

Makinis ang balat at anaki burok,
pilikmata't kilay — mistulang balantok;
bagong sapong ginto ang kulay ng buhok,
sangkap ng katawa'y pawang magkaayos.

---

17 si Florante

Masamang Kapalarang Sinapit

Dangan doo'y walang Oreadang Ninfas,
gubat sa Palasyo ng masidhing Harp'yas,
nangaawa disi't naakay lumiyag
sa himalang tipon karikta't hirap.

Ang abang uyamin ng dalita't sakit —
and dalawang mata'y bukal ang kaparis;
sa luhang nanatak[18] at tinangis-tangis,
ganito'y damdamin ng may awang dibdib.

"Mahiganting langit! Bangis mo'y nasaan?
ngayo'y naniniig sa pagkagulaylay;
bago'y ang bandila ng lalong kasam-an
sa Reynong Albanya'y iniwagayway."

"Sa loob at labas ng bayan kong sawi,
kaliluha'y siyang nangyayaring hari,
kagalinga't bait ay nalulugami,
ininis sa hukay ng dusa't pighati."

"Ang magandang asal ay ipinupukol
sa laot ng dagat kutya't linggatong;
balang magagaling ay ibinabaon
at inililibing na walang kabaong."

"Nguni, at ang lilo't masasamang loob
sa trono ng puri ay iniluklok,
at sa balang sukab na may asal-hayop,

---

18 Ang aspeto ng pandiwang ito ay makaluma, at hindi na ginagamit sa
kasalukuyang Tagalog. Sa kasalukuyang Tagalog, ito ay "pumapatak".
Parehong salita ay mula sa pandiwang patak.

mabangong insenso ang isinusuob."

"Kaliluha't sama ang ulo'y nagtayo
at ang kabaita'y kimi at nakayuko;
santong katuwira'y lugami at hapo,
ang luha na lamang ang pinapatulo."

"At ang balang bibig na binubukalan
ng sabing magaling at katotohanan,
agad binibiyak at sinisikangan
ng kalis ng lalong dustang kamatayan."

"O, taksil na pita sa yama't mataas!
O, hangad sa puring hanging lumilipas!
Ikaw ang dahilan ng kasam-ang lahat
at niring nasapit na kahabag-habag!"[19]

"Sa Korona dahil ng Haring Linceo,
at sa kayamanan ng Dukeng Ama[20] ko,
ang ipinangahas ng Konde Adolfo
sabugan ng sama ang Albanyang Reyno."

"Ang lahat ng ito, maawaing Langit,
Iyong tinutunghaya'y ano't natitiis?
Mula Ka ng buong katuwira't bait,
pinayagang Mong ilubog ng lupit[21]."

---

19 Ang kinakausap dito ni Florante ay ang Konde Adolfo bilang paninisi sa
kanyang kalilihang ginawa kay Florante at sa Albanya.

20 si Duke Briseo

21 si Florante; Ang kinakausap dito ni Florante ay ang Diyos. Pareho ito
hanggang sa huling saknong.

"Makapangyarihang kamay Mo'y ikilos,
pamimilansikin ang kalis ng poot;
sa Reynong Albanya'y kusang ibulusok
ang Iyong higanti sa masamang-loob[22]."

Bakit Kalangita'y bingi Ka sa akin?
Ang tapat kong luhog ay hindi mo dinggin?
'di yata't sa isang alipusta't iling
sampung tainga mo'y ipinangunguling?

"Datapuwa't sino ang tatarok kaya
sa mahal Mong lihim, Diyos na dakila?
Walang nangyayari sa balat ng lupa,
'di may kagaligang Iyong ninanasa."

"Ay, 'di saan ngayon ako mangangapit?
Saan ipupukol ang tinangis-tangis,
kung ayaw na ngayong dinigin ng Langit,
ang sigaw ng aking malumbay ng boses?"

Panibugho sa Minamahal

"Kung siya Mong[23] ibig na ako'y magdusa,
Langit na mataas, aking mababata;
isagi Mo lamang sa puso ni Laura[24] —
ako'y minsan-minsang mapag-alaala."

"At dito sa laot ng dusa't hinagpis,

---

22 Si Konde Adolfo ang itinutukoy.

23 Itinutukoy dito ang Diyos ng Kristiyanismo.

24 Ibinibigkas nang /'laʊra/ sa karamihan ng pagkakataon.

malawak na lubhang aking tinatawid;
gunita ni Laura sa naabang ibig,
siya ko na lamang ligaya sa dibdib."

"Munting gunam-gunam ng sinta ko't mutya
nang dahil sa aki'y dakila kong tuwa;
higit sa malaking hirap at dalita,
parusa ng taong lilo't walang awa."[25]

"Sa pagkagapos ko'y guni-gunihin,
malamig nang bangkay akong nahihimbing;
at tinatangisan ng sula ko't giliw,
ang pagkabuhay ko'y walang hangga mandin."

"Kung apuhapin ko sa sariling isip,
ang suyuan naman ng pili kong ibig;
ang pagluha niya kung ako'y may hapis,
nagiging ligaya yaring madlang sakit."

"Nguni, sa aba ko sawing kapalaran!
Ano pang halaga ng gayong suyuan ...
ang sing-ibig ko'y katahimikan
ay humihilig na sa ibang kandungan?"

"Sa sinapupunan[26] ng Konde Adolfo,
aking natatanaw si Laurang sinta ko;
kamataya't nahan ang dating bangis mo,
nang 'di ko damdamin ang hirap na ito?"

---

25 Si Laura ang tinutukoy ni Florante.

26 Ang kahulugang ginagamit dito ay "pangangalaga", at walang kaugnayan
ito sa higit na kilalang kahulugan nitong "kinalalagyan ng sanggol sa loob ng
isang babae".

Dito hinimatay sa paghihinagpis,
sumuko ang puso sa dahas ng sakit[27];
ulo'y nalungayngay, luha'y bumalisbis,
kinagagapusang kahoy ay nadilig.

Magmula sa yapak hanggang sa ulunan,
nalimbag ang bangis ng kapighatian;
at ang panibugho'y gumamit ng asal
ng lalong marahas, lilong kamatayan.

Ang kahima't sinong hindi maramdamin,
kung ito'y makita'y magmamahabagin
matipid na luha ay paaagusin,
ang nagparusa ma'y pilit hahapisin.

Sukat na ang tingnan ang lugaming anyo
nitong sa dalita'y hindi makakibo,
aakayin biglang umiyak ang puso,
kung wala nang luhang sa mata'y itulo.

Gaano ang awang bubugso sa dibdib
na may karamdamang maanyong tumitig,
kung ang panambita't daing ay marinig
nang mahimasmasan ang tipon ng sakit?

Halos buong gubat ay nasasabugan
ng dinaing-daing na lubhang malumbay,
na inuulit pa at isinisigaw
sagot sa malayo niyong alingawngaw.

---

27 Ibinibigkas nang /'sakɪt/, hindi nang /sa'kɪt/ dahil itinutukoy ng salita ang
paghihirap ng sarili at isip hindi ng mismong katawan. Ganito rin ang
pagtutukoy sa karamihan ng paggamit ng salitang ito.

"Ay! Laurang[28] Poo'y bakit isinuyo
sa iba ang sintang sa aki'y pangako;
at pinagliluhan ang tapat na puso[29]
pinaggugulan mo ng luhang tumulo?"

"'di[30] sinumpaan mo sa harap ng Langit
na 'di maglililo sa aking pag-ibig?
Ipinabigay ko naman yaring dibdib,
wala sa gunita itong masasapit!"

Paggunita sa Nakaraan

"Katiwala ako't ang iyong kariktan,
kapilas ng langit — anaki'y matibay;
tapat ang puso mo[31]'t 'di nagunam-gunam
na ang paglililo'y nasa kagandahan."

"Hindi ko akalaing iyong sasayangin
maraming luha mong ginugol sa akin;
taguring madalas na ako ang giliw,
mukha ko ang lunas sa madlang hilahil."

"'di kung ako Poo'y utusang manggubat

---

28 Ibinibigkas nang /'lauraŋ/, kakaiba sa karaniwang bigkas ng pangalan ni Laura. Ito ay upang matiyak ang pagkakaroon ng 12 pantig sa bawat taludtod.

29 Ang tinutukoy dito ay ang puso ni Florante.

30 Nangungulang ng "ba" ang taludtod. Muli inalis ito upang matiyak ang 12 pantig.

31 Si Laura ang itinutukoy.

ng hari[32] mong ama sa alinmang s'yudad[33],
kung ginagawa mo ang aking sagisag,
dalawa mong mata'y nanalong perlas[34]?"

Ang aking plumahe kung itinatahi
ng parang korales na iyong daliri,
buntung-hininga mo'y nakikiugali
sa kilos ng gintong ipinananahi."

"Makailan, Laurang sa aki'y iabot,
basa pa ng luha bandang isusuot;
ibinibigay mo ay naghihimutok,
takot masugatan sa pakikihamok!"

"Baluti't koleto'y 'di mo papayagan
madampi't malapat sa aking katawan,
kundi tingnan muna't baka may kalawang
ay nanganganib kang damit ko'y marumham."

"Sinisiyasat mo ang tibay at kintab
na kung sayaran man ng taga'y dumulas;
at kung malayo mang iyong minamalas,
sa gitna ng hukbo'y makilala agad."

"Pinahihiyasan mo ang aking turbante
ng perlas, topasyo't maningning na rubi;

_____

32 Ang Haring Linceo ang itinutukoy.

33 Ginagamit ang "siyudad" sa pagpapahulugang "bayan"/"bansa", hindi bilang isang lungsod.

34 Tinutukoy nito ang pag-iyak ni Laura sa bawat pag-alis ni Florante upang managupa sa ilalim ng mga utos ng Haring Linceo, hari ng Albanya, at ama ni Laura.

18

bukod ang magalaw na batong d'yamante,
puno ng ngalan mong isang letrang L[35]."

"Hanggang ako'y wala't nakikipaghamok,
nag-aapuhap ka ng pang-aliw-loob;
manalo man ako'y kung bagong nanasok[36],
nakikita mo na'y may dala pang takot."

"Buong panganib mo'y baka nakasugat,
'di maniniwala kung 'di masiyasat;
at kung magkagurlis ng munti sa balat,
hinuhugasan mo ng luhang nanatak[37]."

"Kung ako'y mayroong kahapisang munti,
tatanungin mo na kung ano ang sanhi;
hanggang 'di malining ay idinarampi
sa mga mukha ko ang rubi mong labi."

"Hindi ka tutugot kung 'di natalastas,
kakapitan mo nang mabigla ang lubas;
dadalhin sa hardi't doon ihahanap
ng ikaaliw sa mga bulaklak."

"Iyong pipitasin ang lalong marikit,
dini sa liig ko'y kusang sasabit;
tuhog na bulaklak sadyang salit-salit,

---

35 Binibigkas nang /e-le/ (Kastilang pagbigkas).

36 Ang aspeto ng pandiwang ito ay makaluma, at hindi na ginagamit sa kasalukuyang Tagalog. Sa kasalukuyang Tagalog, ito ay "pumapasok". Parehong salita ay mula sa pandiwang pasok.

37Ang aspeto ng pandiwang ito ay makaluma, at hindi na ginagamit sa kasalukuyang Tagalog. Sa kasalukuyang Tagalog, ito ay "pumapatak". Parehong salita ay mula sa pandiwang patak.

pag-uupandin mong lumbay ko'y mapaknit."

"At kung ang hapis ko'y hindi masawata,
sa pilikmata mo'y dadaloy ang luha:
napasaan ngayon ang gayong aruga,
sa dala kong sakit ay 'di iapula?"

"Halina, Laura ko't aking kailangan
ngayon ang lingap mo nang naunang araw;
ngayon hinihingi ang iyong pagdamay —
ang abang sinta mo'y nasa kamatayan."

"At ngayong malaki ang aking dalita
ay 'di humahanap ng maraming luha;
sukat ang kapatak na makaapula,
kung sa may pagsintang puso mo'y magmula."

"Katawan ko ngayo'y siyasatin, ibig,
tingni ang sugat kong 'di gawa ng kalis;
hugasan ang dugong nanalong[38] sa gitgit
ng kamay ko, paa't natataling liig."

"Halina, irog ko't ang damit ko'y tingnan,
ang hindi mo ibig dapyuhang kalawang;
kalagin ang lubid at iyong bihisan,[39]
matinding dusa ko'y nang gumaan-gaan."

"Ang mga mata mo ay iyong ititig
dini sa anyo kong saklakan ng sakit,

---

38 Ang aspeto ng pandiwang ito ay makaluma, at hindi na ginagamit sa
kasalukuyang Tagalog. Sa kasalukuyang Tagalog, ito ay "kumakalong".
Parehong salita ay mula sa pandiwang kalong.

39 Ang katawan ni Florante ang itinutukoy.

upanding mapigil ang takbong mabilis
niring abang buhay sa ikakapatid[40]."

"Wala na Laura't ikaw na nga lamang
ang makalulunas niring kahirapan;
damhin ng kamay mo ang aking katawan
at bangkay man ako'y muling mabubuhay!"

"Nguni, sa aba ko! Ay, sa laking hirap!
Wala na si Laura'y aking tinatawag!
Napalayu-layo't 'di na lumiliyag
ipinagkanulo ang sinta kong tapat."

"Sa ibang kandunga'y ipinagbiyaya
ang pusong akin na at ako'y dinaya;
buong pag-ibig ko'y ipinang-anyaya,
nilimot ang sinta't sinayang ang luha."

"Alin pa ang hirap na 'di na sa akin?
May kamatayan pang 'di ko daramdamin?
Ulila sa ama't sa inang nag-angkin,
walang kaibiga't nilimot ng giliw."

"Dusa sa puri kong kusang siniphayo,
palasong may lasong natirik sa puso;
habag sa ama ko'y tunod na tumino,
ako'y sinusunog niring panibugho."

"Ito'y siyang una sa lahat ng hirap,
pagdaya ni Laura ang kumakamandag;
dini sa buhay ko'y siyang nagsasadlak
sa libingang laan ng masamang palad."

---

40 ikakamatay

"O, Konde Adolfo, inilapat mo man
sa akin ang hirap ng sansinukuban,
ang kabangisan mo'y pinapasalamatan,
ang puso ni Laura'y kung hindi inagaw."

Dito naghimutok nang kasindak-sindak
na umalingawngaw sa loob ng gubat;
tinangay ang diwa't karamdamang hawak
ng buntung-hininga't luhang lumagaslas.

Sa puno ng kahoy ay napayukayok,
ang liig ay supil ng lubid na gapos;
bangkay na mistula't ang kulay na burok
ng kaniyang mukha'y naging puting lubos.

Pagdating ng Moro sa Gubat

Nagkataong siyang pagdating sa gubat
ng isang gererong bayani ang tikas;
putong na turbante ay kalingas-lingas,
pananamit-Moro sa Persiyang S'yudad[41].

Pinigil ang lakad at nagtanaw-tanaw,
anaki'y ninita ng pagpapahingahan;
'di kaginsa-ginsa'y ipinagtapunan
ang pika't adarga't nagdaop ng kamay.

Saka tumingala't mata'y itinirik
sa bubong na kahoy na takip sa langit[42];
estatuwa manding nakatayo't umid,

_____

41 Ginagamit ang "siyudad" sa pagpapahulugang "bayan"/"bansa", hindi
bilang isang lungsod.

ang buntung-hininga niya'y walang patid.

Nang magdamdam-ngawit sa pagayong anyo,
sa puno ng isang kahoy ay umupo;
nagwikang, "O palad[43]!", sabay ang pagtulo
sa mata ng luhang anaki'y palaso.

Ulo'y ipinatong sa kaliwang kamay
at saka tinutop ang noo sa kanan;
anaki'y mayroong gunamgunam —
isang mahalagang nalimutang bagay.

Malao'y humilig, nagwalang-bahala,
'di rin kumakati ang bati ng luha;
sa madlang himutok ay kasalamuha
ang wikang: "Flerida'y tapos na ang tuwa!"

Sa balang sandali ay sinasabugan
yaong buong gubat ng maraming "Ay! Ay!"
na nakikitono sa huning mapanglaw
ng panggabing ibong doo'y nagtahanan.

Mapamaya-maya'y nagbaong nagulat,
tinangnan ang pika't sampu ng kalasag;
nalimbag sa mukha ang bangis ng Furias —
"'di ko itutulot!" ang ipinahayag.

"At kung kay Flerida'y iba ang umagaw

---

42 Itinutukoy nito ang mga punong masukal na humaharang sa sinag ng araw. Itinuturing na bubong ng kagubatan.

43 Itinutukoy nito ang tadhana ng isang tao, hindi ang bahagi ng kamay nito

at 'di ang ama[44] kong dapat igalang,
hindi ko masasabi kung ang pikang tangan —
bubuga ng libo't laksang kamatayan!"

"Bababa si Marte mula sa itaas,
at sa kailalima'y aahon ang Parkas;
buong galit nila ay ibubulalas,
yayakagin niring kamay kong marahas!"

"Sa kukong lilo'y aking aagawin
ang kabiyak niyaring kaluluwang angkin[45];
liban kay ama, ang sino ma't alin
ay 'di igagalang ng tangang patalim."

"O pagsintang labis ng kapangyarihan,
sampung mag-aama'y iyong nasasaklaw;
'pag ikaw ang nasok[46] sa puso ninuman,
hahamaki'ng lahat masunod ka lamang!"

"At yuyurakan na ang lalong dakila —
bait, katuwira'y ipanganganyaya;
buong katungkula'y wawal-ing-bahala,
sampu ng hininga'y ipauubaya."

"Itong kinaratnan ng palad kong linsil,
salaming malinaw na sukat mahalin
ng makatatap, nang hindi sapitin

_____

44 Si Sultan Ali-Adab ang itinutukoy.

45 Si Flerida ang itinutukoy.

46 Ang aspeto ng pandiwang ito ay makaluma, at hindi na ginagamit sa
kasalukuyang Tagalog. Sa kasalukuyang Tagalog, ito ay "pumasok". Parehong
salita ay mula sa pandiwang pasok.

ang kahirapan kong 'di makayang bathin."

Sa mawika ito luha'y pinaagos,
pika'y isinaksak[47] saka naghimutok;
nagkataon namang parang isinagot
ang buntung-hininga niyong nagagapos.

Paghahambing sa Dalawang Ama

Gerero'y[48] namangha nang ito'y marinig
pinagbaling-baling sa gubat ang titig;
nang walang makit'ay hinintay umulit,
'di naman nalao'y nagbagong humibik.

Ang bayaning Moro'y lalo nang namaang,
"Sino'ng nananaghoy sa ganitong ilang?"
lumapit sa dakong pinanggagalingan
ng buntung-hininga't pinakimatyagan.

Inabutan niya'y ang ganitong hibik[49]:
"Ay, mapagkandiling amang iniibig!
Bakit ang buhay mo'y naunang napatid,
ako'y inulila sa gitna ng sakit?"[50]

"Kung sa gunita ko'y pagkuru-kuruin

---

47 sa lupa

48 Si Aladin ang itinutukoy.

49 na mula kay Florante. Totoo ito pati sa mga sumusunod na saknong.

50Ang kinakausap dito ni Florante hanggang sa pagtigil ng pagsasalita niya
ay ang kanyang amang Duke Briseo.

ang pagkahulog mo sa kamay ng taksil,
parang nakikita ang iyong narating ...
parusang marahas na kalagim-lagim."

"At alin ang hirap na 'di ikakapit
sa iyo ng Konde Adolfong malupit?
Ikaw ang salamin sa Reyno ng bait,
pagbubutunan ka ng malaking galit."

"Katawan mo ama'y parang namamalas
ngayon ng bunso mong lugami sa hirap;
pinipisan-pisan at iwinawalat
ng pawa ring lilo't berdugo ng sukab."

"Ang nagkahiwalay na laman mo't buto,
kamay at katawang nalayo sa ulo,
ipinaghagisan niyong mga lilo
at walang maawang maglibing ng tao."

"Sampu ng lingkod mo't mga kaibigan,
kung kampi sa lilo'y iyo nang kaaway;
ang 'di nagsaiyo'y natatakot namang
bangkay mo't ibao't maparurusahan."

"Hanggang dito ama'y aking naririnig,
nang ang iyong ulo'y itapat sa kalis;
ang panambitan mo't dalangin sa Langit[51],
na ako'y maligtas sa kukong malupit."

"Ninanasa mo pang ako'y matabunan,
ng bangkay sa gitna ng pagpapatayan[52],
nang huwag mahulog sa panirang kamay

---

51 Itinutukoy ang Diyos ng kristiyanismo.

ng Konde Adolfong higit sa halimaw."

"Pananalangin mo'y 'di pa nagaganap,
sa liig mo'y biglang nahulog ang tabak;
nasnaw sa bibig mong huling pangungusap
ang "Adiyos, bunso"'t buhay mo'y lumipas."

"Ay, amang ama ko! Kung magunam-gunam —
madla mong pag-irog at pagpapalayaw[53],
ipinapalaso ng kapighatian —
luha niring pusong sa mata'y nunukal[54]."

"Walang ikalawang ama ka sa lupa
sa anak ng kandong sa pag-aaruga;
ang munting hapis kong sumungaw sa mukha,
sa habag mo'y agad nanalong[55] ang luha."

"Ang lahat ng tuwa'y natapos sa akin,
sampu niring buhay ay naging hilahil;
ama ko'y hindi na malaong hihintin
ako't sa payapang baya[56]'y yayakapin."[57]

_____

52 Itinutukoy nito ang mga digmaang kinabakahan ni Florante.

53 Ang paggamit ng salitang ito at ng iba pang mga salitang nagmula
sa palayaw sa buong kabanatang ito ay sa kahulugan nitong "pagpapalaki sa
layaw", hindi sa "pagbabansag".

54 Ang aspeto ng pandiwang ito ay makaluma, at hindi na ginagamit sa
kasalukuyang Tagalog. Sa kasalukuyang Tagalog, ito ay "bumubukal".
Parehong salita ay mula sa pandiwang bukal.

55 Ang aspeto ng pandiwang ito ay makaluma, at hindi na ginagamit sa
kasalukuyang Tagalog. Sa kasalukuyang Tagalog, ito ay "kumakalong".
Parehong salita ay mula sa pandiwang kalong.

Sandaling tumigil itong nananangis
binigyang-panahong luha'y tumagistis
niyong naaawang Morong nakikinig ...
sa habag ay halos magputok ang dibdib.

Tinutop ang puso at saka nagsaysay,
"Kailan," aniya, "luha ko'y bubukal
ng habag kay ama at panghihinayang
para ng panaghoy ng nananambitan?"[58]

"Sa sintang inagaw ang itinatangis,
dahilan ng aking luhang nagbabatis;
yao'y nananaghoy dahil sa pag-ibig
sa amang namatay na mapagtangkilik."

"Kung ang walang patid na ibinabaha
ng mga mata ko'y sa hinayang mula —
sa mga palayaw ni ama't aruga[59] —
malaking palad ko't matamis na luha."

"Ngunit ang nananahang maralitang tubig ...
sa mukha't dibdib ko'y laging dumidilig,
kay ama nga galing dapuwa't sa bangis,
hindi sa andukha at pagtatangkilik."

"Ang matatawag kong palayaw sa akin

_____

56 Ang itinutukoy dito ay ang langit na kanyang kakapalagian kapag siya ay
patay na.

57 Dito nagtapos ang pagnanaghoy ni Florante.

58 Ito at ang mga sumusunod na saknong ay mula sa Morong Aladin.

59 Ito ay pagsabat ni Florante

ng ama ko'y itong ako'y pagliluhin,
agawan ng sinta't panasa-nasaing
lumubog sa dusa't buhay ko'y makitil."

"May para kong anak na napanganyaya,
ang layaw sa ama'y dusa't pawang luha,
hindi nakalasap kahit munting tuwa
sa masintang inang pagdaka'y nawala!"

Napahinto rito't narinig na muli
ang panambitan niyong natatali,
na ang wika'y "Laurang aliw niring budhi,
paalam ang abang kandong ng pighati."

"Lumagi ka nawa sa kaligayahan,
sa harap ng 'di mo esposong katipan;
at huwag mong datnin yaring kinaratnan,
ng kasing nilimot at pinagliluhan."[60]

"Kung nagbangis ka ma't nagsukab sa akin,
mahal ka ring lubha dini sa panimdim;
at kung mangyayari, hanggang sa malibing,
ang mga buto ko, kita'y sisintahin."

Sa Harap ng Panganib

'di pa natatapos itong pangungusap,
may dalawang leong hangos ng paglakad;
siya'y tinutungo't pagsil-in ang hangad,
ngunit nangatigil pagdating sa harap.

_____

60 Ang kinakausap dito ni Aladin pati na rin sa huling saknong ay si Flerida.

Nangaawa mandi't nawalan ng bangis
sa abang sisil-ing larawan ng sakit;
nangakatingala't parang nakikinig
sa 'di lumilikat na tinangis-tangis.

Anong loob kaya nitong nagagapos,
ngayong nasa harap ng dalawang hayop,
na ang balang ngipi't kuko'y naghahandog?
Isang kamatayang kakila-kilabot![61]

'di ko na masabi't luha ko'y nanatak[62],
nauumid yaring dilang nangungusap;
puso ko'y nanlambot sa malaking habag,
sa kaawa-awang kinubkob ng hirap.

Sinong 'di mahapis na may karamdaman
sa lagay ng gapos na kalumbay-lumbay;
lipos ng pighati saka tinutunghan,
sa laman at buto niya ang hihimay!

Katiwala na nga itong tigib-sakit
na ang buhay niya'y tuntong na sa guhit;
nilagnat ang puso't nasira ang boses,
'di na mawatasan halos itong hibik.

"Paalam, Albanyang pinamamayanan
ng kasam-a't lupit, bangis, kaliluhan,

61 Ang saknong na ito at ang mga dalawang sumusunod na saknong ay
galing mismo kay Francisco Balagtas, ang may-akda ng awit. Nagpapakita
itong siya mismo ay naaawa sa kasalukuyang kalagayan ng nakagapos.

62 Ang aspeto ng pandiwang ito ay makaluma, at hindi na ginagamit sa
kasalukuyang Tagalog. Sa kasalukuyang Tagalog, ito ay "pumapatak".
Parehong salita ay mula sa pandiwang patak.

akong tanggulan[63] mo'y mang pinatay,
sa iyo'y malaki ang panghihinayang."[64]

"Sa loob mo nawa'y huwag mamilantik
ang panirang talim ng katalong kalis,
magkaespada kang para nang binitbit
niring kinuta mong kanang matangkilik[65]."

"Kinasuklaman mo ang ipinangako —
sa iyo'y gugulin niniyak[66] kong dugo;
at inibig mo pang hayop ang magbubo
sa kung itanggol ka'y maubos tumulo."

"Pagkabata ko na'y walang inadhika
kundi paglilingkod sa iyo't kalinga;
'di makailan kang babal-ing masira,
ang mga kamay ko'y siyang tumimawa."

"Dustang kamatayan ang bihis mong bayad:
dapuwa't sa iyo'y magpapasalamat,
kung pakamahali't huwag ipahamak
ang tinatangisang giliw na nagsukab."

"Yaong aking Laurang hindi mapapaknit
ng kamatayan man sa tapat kong dibdib

---

63 Ito ang tungkulin ni Florante sa Albanya; bilang tanggulan nito.

64 Ang kinakausap dito ni Florante ang Albanya nang parang sa tao. Ganito rin ang kalagayan sa mga sumusunod na saknong.

65 Si Florante ang itinutukoy.

66 Ang aspeto ng pandiwang ito ay makaluma, at hindi na ginagamit sa kasalukuyang Tagalog. Sa kasalukuyang Tagalog, ito ay "iniiyak". Parehong salita ay mula sa pandiwang iyak.

paalam, Bayan[67] ko, paalam na ibig[68],
magdarayang[69] sintang 'di manaw[70] sa isip!"

"Bayang walang loob, sintang alibugha,
Adolfong malupit, Laurang magdaraya,
magdiwang na ngayo't manulos sa tuwa
at masusunod na sa akin ang nasa."

"Nasa harap ko na ang lalong marawal,
mabangis na lubhang lahing kamatayan;
malulubos na nga ang iyong kasam-an,
gayundin ang aking kaalipustaan."

"Sa abang-aba ko! Diyata, o Laura ...
mamatay ako'y hindi mo na sinta!
Ito ang mapait sa lahat ng dusa;
sa'kin ay sino ang mag-aalaala!"

"Diyata't ang aking pagkapanganyaya[71],
'di mo tatapunan ng kamunting luha!
Kung yaring buhay ko'y mahimbing sa wala,
'di babahagian ng munting gunita!"

"Guniguning ito'y lubhang makamandag,
agos na, lha ko't puso'y maagnas;

---

67 Ang itinutukoy dito ni Florante ay ang Albanya.

68 Ang itinutukoy dito ni Florante ay si Laura.

69 Ito ang makalumang bersyon ng mandarayang ngunit ito ay ginagamit pa rin sa ilang wikaing Tagalog.

70 Ito ang makatang uri ng pumanaw.

71 sa kamatayan

tulo kaluluwa't sa mata'y pumulas,
kayo aking dugo'y mag-unahang matak[72]."

"Nang matumbasan ko ng luha, ang sakit
nitong pagkalimot ng tunay kong ibig,
huwag yaring buhay ang siyang itangis
kundi ang pagsintang lubos na naamis."

Pagtatagumpay ng Bagong Marte

Sa tinaghuy-taghoy na kasindak-sindak,
gerero'y hindi na napigil ang habag;
tinunton ang boses at siyang hinanap,
patalim ang siyang nagbukas ng landas.

Dawag na masinsi'y naglagi-lagitik,
sa dagok ng lubhang matalas sa kalis;
Moro'y 'di tumugo't hanggang 'di nasapit
ang binubukalan ng maraming tangis.

Anyong pantay-mata ang lagak ng araw
niyong pagkatungo sa kalulunuran;[73]
siyang pagkatalos sa kinalalagyan
nitong nagagapos na kahambal-hambal.

Nang malapit siya't abutin ng sulyap
ang sa pagkatali'y linigid[74] ng hirap,
nawalan ng diwa't luha'y lumagaslas,

---

72 Ito ang makatang uri ng pumatak.

73 Itinutukoy nito ang paglubog ng araw, nagpapahiwatig din ng
kasalukuyang oras sa mundo ng Florante at Laura.

katawan at puso'y nagapos ng habag.

Malaong natigil na 'di nakakibo
hininga'y hinabol at biglang lumayo;
matutulog disin sa habag ang dugo,
kundangang nagbangis leong nangagtayo.

Naakay ng gutom at gawing manila,
nag-uli sa ganid at nawalang-awa;
handa na ang ngipi't kukong bagong hasa
at pagsasabayan ang gapos ng iwa.

Tanang balahibo'y pinapangalisag,
nanindig ang buntot na nakagugulat;
sa bangis ng anyo at nginasab-ngasab,
Puryang nagngangalit ang siyang katulad.

Nagtaas ng kamay at nangakaakma
sa katawang gapos ng kukong panira;
nang darakmain na'y siyang pagsagasa
niyong bagong Marteng lumitaw sa lupa.

Inusig ng taga ang dalawang leon,
si Apolo mandin na sa Serp'yente Piton;
walang bigong kilos na 'di nababaon
ang lubhang bayaning tabak na pamutol.

Kung ipamilantik ang kanang pamatay[75]

---

74 Ito ay katumbas ng "niligid" sa ilang mga wikain ng Tagalog. Parehong salita ay mula sa pandiwang ligid.

75 Itinutukoy nito ang sibat ni Alading hawak niya sa kanyang kanang kamay.

at saka isalag ang pang-adyang kamay[76],
maliliksing leon ay nangalilinlang,
kaya 'di nalao'y nangagumong bangkay.

Nang magtagumpay na ang gererong bantog
sa nangakalabang mabangis na hayop,
luha'y tumutulong kinalag ang gapos
ng kaawa-awang iniwan ang loob.

Halos nabibihay sa habag ang dibdib,
dugo'y nang matingnang nunukal[77] sa gitgit;
sa pagkalag niyang maliksi't nainip
sa siga-sigalot na madlang bilibid.

Kaya ang ginawa'y inagapayanan,
katawang malatang parang bangkay,
at minsang pinatid[78] ng espadang tangan,
walang awang lubid na lubhang matibay.

Umupo't kinalong na naghihimutok,
katawang sa dusa hininga'y natulog;
hinaplos ang mukha't dibdib ay tinutop,
nasa ng gerero'y pagsaulang-loob.

Doon sa pagtitig sa pagkalungayngay,
ng kaniyang kalong na kalumbay-lumbay,
nininilay niya at pinagtatakhan

_____

76 Itinutukoy nito ang kalasag ni Alading hawak niya sa kaliwang kamay.

77 Ang aspeto ng pandiwang ito ay makaluma, at hindi na ginagamit sa kasalukuyang Tagalog. Sa kasalukuyang Tagalog, ito ay "bumubukal". Parehong salita ay mula sa pandiwang bukal.

78 ang lubid na gumagapos kay Florante

ang dikit[79] ng kiyas at kinasapitan.

Namamangha naman ang magandang kiyas,
kasing-isa't ayon sa bayaning tikas;
mawiwiwli disin ang iminamalas
na mata, kundangan sa malaking habag.

Gulung-gulong lubha ang kanyang loob,
ngunit napayapa nang anyong kumilos
itong abang kandong na kalunos-lunos,
nagising ang buhay na nakakatulog.

Habag sa Moro

"Halina, giliw ko't gapos ko'y kalagin,
kung mamatay ako'y gunitain mo rin;"
pumikit na muli't napatid ang daing,
sa may kandong naman takot na sagutin.

Ipinanganganib ay baka mabigla,
magpatuloy mapatid hiningang mahina;
hinintay na lubos niyang mapayapa
ang loob ng kandong na lipos-dalita.

Nang muling mamulat ay nagitlahanan,
"Sino? Sa aba ko't nasa Morong kamay!"
Ibig na iigtad ang lunong katawan,
nang hindi mangyari'y nagngalit na lamang.

Sagot ng gererò'y "Huwag kang manganib,

---

79 Ginagamit ang "dikit" sa pagpapahulugang "ganda", hindi bilang
katayuan ng pagiging malapit sa isa at isa.

sumapayapa ka't mag-aliw ng dibdib;
ngayo'y ligtas ka na sa lahat ng sakit,
may kalong sa iyo ang nagtatangkilik."

"Kung nasusuklam ka sa aking kandungan
lason sa puso mo ang hindi binyagan;
nakukutya akong 'di ka saklolohan
sa iyong nasapit na napakarawal."

"Ipinahayag ng pananmit mo,
taga-Albanya ka at ako'y Persiyano;
ikaw ay kaaway ng baya't sekta ko,
sa lagay mo ngayo'y magkatoto tayo."

Paglingap ng Persyano

Anupa't kapuwa hindi makakibo
'di nangakalaban na damdam ng puso;
parang walang malay hanggang sa magtago't
humilig si Pebo[80] sa hihigang ginto.

May awang gerero ay sa maramdaman;
malamlam na sinag sa gubat ay nanaw[81],
tinunton ang landas na pinagdaanan,
dinala ang kalong sa pinanggalingan.

Doon sa naunang hinintuang dako

---

80 Nagpapahiwatig ng paglubog ng araw. Ito ay dahil "Pebo" ang ibang
pangalan para kay Apolo, diyos ng araw sa mitolohiyang Griyego at Romano

81 Ito ang makatang uri ng pumanaw.

nang masok[82] sa gubat ang bayaning Moro,
sa isang malapad, malinis na bato,
kusang pinagyaman ang lugaming pangko.

Kumuha ng munting baong makakain[83],
ang nagdaralita'y inamong tumikim,
kait umaayaw ay nahikayat din
ng sabing malambot na pawang pang-aliw.

Naluwag-luwagan ang panghihingapos,
sapagkat naawas sa pagkadayukdok,
hindi kinukusa'y tantong nakatulog,
sa sinapupunan ng gererong bantog.

Ito'y 'di umidlip sa buong magdamag,
sa pag-aalaga'y nagbata ng puyat;
ipinanganganib ay baka makagat
ng ganid na madlang naggala sa gubat.

Tuwing magigising sa magaang tulog,
itong lipos-hirap ay naghihimutok,
pawang tumitirik na anaki'y tunod
sa dibdib ng Morong may habag at lunos.

Nang magmamadaling-araw ay nahimbing,
munting napayapa sa dalang hilahil;
hanggang sa Aurorang[84] itaboy ang dilim,
walang binitiwang himutok at daing.

_____

82 Ang aspeto ng pandiwang ito ay makaluma, at hindi na ginagamit sa
kasalukuyang Tagalog. Sa kasalukuyang Tagalog, ito ay "pumasok". Parehong
salita ay mula sa pandiwang pasok.

83 si Aladin

Ito ang dahilang ipinagkasundo,
limang karamdamang parang hinahalo;
ikinatwasay ng may dusang puso,
lumakas na muli ang katawang hapo.

Kaya't nang isabog sa sansinukuban
ang doradong buhok ng masayang araw,[85]
nagbangong hinaho't pinasalamatan
sa Langit[86] ang bagong lakas ng katawan.

Sabihin ang tuwa ng gererong hayag,
ang abang kinalong ay biglang niyakap;
kung nang una'y nunukal[87] ang luha sa habag,
ngayo'y sa galak na ang inilagaslas.

Kapos ang dila kong magsaysay ng laki
ng pasasalamat nitong kinandili;
kundangan ang dusa'y sa nawalang kasi
ay napawi disin sa tuwang umali.

Sapagka't ang dusang mula sa pag-ibig
kung kahit mangyaring lumayo sa dibdib,
kisapmata lamang ay agad babalik
at magdaragdag pa sa una ng bangis.

---

84 Si Aurora ang diyosa ng madaling-araw sa mitolohiyang Romano. Karaniwang ipinantutukoy ang kanyang pangalan sa panitikan sa pagmamadaling-araw.

85 Itinutukoy nito ang pagsikat ng araw.

86 Itinutukoy dito ang Diyos.

87 Ang aspeto ng pandiwang ito ay makaluma, at hindi na ginagamit sa kasalukuyang Tagalog. Sa kasalukuyang Tagalog, ito ay "bumubukal". Parehong salita ay mula sa pandiwang bukal.

Kaya hindi pa man halos dumarapo
ang tuwa sa lamad ng may dusang puso
itinakwil na ng dalitang lalo
at ang tunod niya'y siyan itinimo.

Niyapos na muli ang dibdib ng dusa,
hirap yatang bathin ang sakit sa sinta!
Dangan inaaliw ng Moro sa Persya,
natuluyang nanaw ang tangang hininga.

"Iyong natatanto ang aking paglingap,"
anitong Persyano sa nababagabag;
"mula ng hirap mo'y ibig kong matatap
at nang kung may daa'y malagyan ng lunas."

Uliran

Tugon ng may dusa[88]'y "'di lamang ang mula
niring dalita ko ang isasalita,
kundi sampung buhay sapul pagkabata,
nang maganapan ko ang hingi mo't nasa[89]."

Nupong[90] nag-agapay sa puno ng kahoy
ang may dalang habag at lipos-linggatong,
saka sinalitang luha'y bumbalong,
buong naging buhay hanggang naparool.

---

88 Si Florante ang itinutukoy.

89 Ang pagnanasang ito ni Aladin ay mapabuti ang kalagayan ni Florante.

90 Ang aspeto ng pandiwang ito ay makaluma, at hindi na ginagamit sa kasalukuyang Tagalog. Sa kasalukuyang Tagalog, ito ay "umupong". Parehong salita ay mula sa pandiwang upo.

"Sa isang Dukado ng Albanyang S'yudad[91],
doon ko nakita ang unang liwanag;
yaring katauha'y utang kong tinanggap
sa Duke Briseo. (Ay, ama kong liyag!)[92]"

"(Ngayo'y nariyan ka sa payapang bayan[93],
sa harap ng kaing inang minamahal[94],
Prinsesa Florescang esposa mong[95] hirang,
tanggap ang luha kong sa mata'y nunukal[96].)"

"Bakit naging tao ako sa Albanya,[97]
bayan ng ama ko, at 'di sa Krotona,
masayang Siyudad na lupa ni ina?
disin ang buhay ko'y 'di lubhang nagdusa."

"Ang dukeng ama ko'y pribadong tanungan
ng Haring Linceo sa anumang bagay;
pangalawang puno sa sangkaharian,
hilagyuang-tungo ng sugo ng bayan."

---

91 Ginagamit ang "siyudad" sa pagpapahulugang "bayan"/"bansa", hindi
bilang isang lungsod.

92 Ipinapahiwatig ng pangungusap na itong nasa loob ng mga panaklong na
ito ay isinasaisip lamang ng nagsasalita ngunit hindi ibinibigkas.

93 Ibang salita alang-alang sa langit.

94 Itinutukoy dito ang Pinagpalang Birheng Maria.

95 asawa ni Duke Briseo

96 Ang aspeto ng pandiwang ito ay makaluma, at hindi na ginagamit sa
kasalukuyang Tagalog. Sa kasalukuyang Tagalog, ito ay "bumubukal".
Parehong salita ay mula sa pandiwang bukal.

97 Nangangahulugang "Bakit ipinanganak ako sa Albanya?".

"Kung sa kabaita'y uliran ng lahat
at sa katapanga'y pang-ulo sa s'yudad;
walang kasindunong magmahal sa anak,
umakay magturo sa gagawing dapat."

"Naririnig ko pa halos hanggang ngayon,
palayaw na tawag ng ama kong poon,
noong ako'y batang kinakandung-kandong,
taguring "Floranteng bulaklak kong bugtong"."

"Ito ang ngalan ko mula pagkabata,
nagisnan sa ama't inang nag-andukha;
pamagat na ambil na lumuha-luha
at kayakap-yakap ng madlang dalita."

"Buong kamusmusa'y 'di na sasalitin[98],
walang may halagang nangyari sa akin,
kundi nang sanggol pa'y kusang daragitin
ng isang Buwitreng ibong sakdal sakim."

"Ang sabi ni ina ako'y natutulog
sa bahay na kintang malapit sa bundok;
pumasok ang ibong pang-amo'y ay abot
hanggang tatlong legwas sa patay na hayop."

"Sa sinigaw-sigaw ng ina kong mutya,
nasok[99] ang pinsang kong sa Epiro mula;
ngala'y Menalipo — may taglay na pana —

---

98 Ipinaikling "sasalitain" upang tumugma sa 12 pantig sa bawat taludtod; walang kaugnayan sa "salit".

99 Ang aspeto ng pandiwang ito ay makaluma, at hindi na ginagamit sa kasalukuyang Tagalog. Sa kasalukuyang Tagalog, ito ay "pumasok". Parehong salita ay mula sa pandiwang pasok.

tinudla ang ibo't namatay na bigla."

"Isang araw namang bagong lumalakad,
noo'y naglalaro sa gitna ng salas,
may nasok na Arko't[100] biglang sinambilat
Kupidong d'yamanteng sa dibdib ko'y hiyas."

"Nang tumuntong ako sa siyam na taon,
palaging gawa ko'y mag-aliw sa burol;
sakbat ang palaso't ang busog ay kalong,
pumatay ng hayop, mamana ng ibon."

"Sa tuwing umagang bagong naglalatag
ang anak ng araw[101] ng masayang sinag,
naglilibang ako sa tabi ng gubat,
madla ang kaakbay na mga alagad."

"Hanggang sa tingal-in ng sandaigdigan
ang mukha ni Pebong hindi matitigan
ay sinasagap ko ang kaligayahang
handog niyong hindi maramot na parang.

Laki sa Layaw

"Aking[102] tinitipon ang ikinakalat
na masayang bango ng mga bulaklak,

---

100 Ayon sa isang talababa sa orihinal na aklat Florante at Laura,
ang arkon ay isang malaking ibong kumakain ng mga buto ng tupa, aso at
iba pang hayop.

101 Si Aurora ang itinutukoy.

102 Si Florante ang nagsasalita.

inaaglahi ko ang laruang palad,
mahinhing amiha't ibong lumilipad."

"Kung ako'y mayroong matanaw na hayop
sa tinitingalang malapit na bundok,
biglang ibibinit ang pana sa busog,
sa minsang tudla ko'y pilit matutuhog."

"Tanang samang lingkod ay nag-aagawan,
unang makarampot ng aking napatay;
ang tinik sa dawag ay 'di dinaramdam,
palibhasa'y tuwa ang nakaaakay,"

"Sukat maligaya sinumang manood
sa sinuling-suling ng sama kong lingkod;
at kung masunduan ang bangkay ng hayop,
ingay ng hiyawan sa loob ng tumok."

"Ang laruang busog ay kung pagsawaan,
uupo sa tabi ng matuling bukal;
at mananalamin sa linaw ng kristal,
sasagap ng lamig na iniaalay."

"Dito'y mawiwili sa mahinhing tinig
ng nangagsasayang Nayades sa batis;
taginting ng lira katono ng awit
mabisang pamawi sa lumbay ng dibdib."

"Sa tamis ng tinig na kahalak-halak
ng nag-aawitang masasayang Ninfas,
naaanyayahan sampung lumilipad —
sari-saring ibong agawan ng dilag."

"Kaya nga't sa sanga ng kahoy na duklay,
sa mahal na batis na iginagalang
ng bulag na hentil ay nagluluksuhan,
ibo'y nakikinig ng pag-aawitan."

"Aanhin kong saysayin ang tinamong tuwa
ng kabataan ko'y malawig na lubha;
pag-ibig ni ama'y siyang naging mula,
lisanin ko yaong gubat na payapa."

"Pag-ibig anaki'y aking nakilala,
'di dapat palakihin ang bata sa saya;
at sa katuwaa'y kapag namihasa,
kung lumaki'y walang hihinting ginhawa."

"Sapagkat ang mundo'y bayan ng hinagpis,
namamaya'y sukat tibayan ang dibdib;
lumaki sa tuwa'y walang pagtitiis ...
anong ilalaban sa dahas ng sakit?"

"Ang taong magawi sa ligaya't aliw,
mahina ang puso't lubhang maramdamin;
inaakala pa lamang ang hilahil
na daratni'y 'di na matutuhang bathin."

"Para ng halamang lumaki sa tubig,
daho'y malalanta munting 'di madilig;
ikinaluluoy ang sandaling init;
gayundin ang pusong sa tuwa'y maniig."

"Munting kahirapa'y mamalakhing dala,
dibdib palibhasa'y 'di gawing magbata,
ay bago sa mundo'y walang kisapmata,

ang tao'y mayroong sukat ipagdusa."

"Ang laki sa layaw karaniwa'y hubad
sa bait at muni't sa hatol ay salat;
masaklap na bunga ng maling paglingap,
habag ng magulang sa irog na anak."

"Sa taguring bunso't likong pagmamahal,
ang isinasama ng bata'y nunukal[103];
ang iba'y marahil sa kapabayaan
ng dapat magturong tamad na magulang."

"Ang lahat ng ito'y kay amang talastas,
kaya nga ang luha ni ina'y hinamak;
at ipinadala ako sa Atenas —
bulag na isip ko'y nang doon mamulat."

"Pag-aaral sa akin ay ipinatungkol
sa isang mabait, maestrong marunong;
lahi ni Pitako — ngala'y si Antenor —
lumbay ko'y sabihin nang dumating doon."

Hiram na Bait

"May sambuwan halos na 'di nakakain,
luha sa mata ko[104]'y 'di mapigil-pigil,
ngunit 'di napayapa sa laging pag-aliw

---

103 Ang aspeto ng pandiwang ito ay makaluma, at hindi na ginagamit sa
kasalukuyang Tagalog. Sa kasalukuyang Tagalog, ito ay "bumubukal".
Parehong salita ay mula sa pandiwang bukal.

104 Si Florante ang nagsasalita at itinutukoy.

ng bunying maestrong[105] may kupkop sa akin."

"Ang dinatnan doong madlang nag-aaral
kaparis kong bata't kabaguntauhan,
isa'y si Adolfong aking kababayan,
anak niyong Konde Silenong marangal."

"Ang kaniyang tao'y labis ng dalawa
sa dala kong edad na lalabing-isa;
siyang pinupoon ng buong esk'wela,
marunong sa lahat na magkakasama."

"Mahinhin ang asal na hindi magaso
at kung lumakad pa'y palaging patungo,
mabining mangusap at walang katalo,
lapastangin ma'y hindi nabubuyo."

"Anupa't sa bait ay siyang huwaran
ng nagkakatipong nagsisipag-aral;
sa gawa at wika'y 'di mahuhulihan
ng munting panira sa magandang asal."

"Ni ang katalasan ng aming maestro
at pagkabihasa sa lakad ng mundo
ay hindi natarok ang lalim at tungo
ng pusong malihim nitong si Adolfo."

"Akong pagkabata'y ang kinamulatan
kay ama'y ang bait na 'di paimbabaw,
yaong namumunga sa kaligayahan,
nanakay[106] sa pusong suyui't igalang."

---

105 Si Antenor ang itinutukoy.

"Sa pinagtatakhan ng buong esk'wela
bait ni Adolfong ipinapakita,
'di ko malasapan ang haing ligaya
ng magandang asal ng ama ko't ina."

"Puso ko'y ninilag[107] na siya'y giliwin,
aywan nga kung bakit at naririmarim;
si Adolfo nama'y gayundin sa akin,
nararamdaman ko kahit lubhang lihim."

"Araw ay natakbo at ang kabataan
sa pag-aaral ko sa aki'y nananaw[108];
bait ko'y luminis at ang karunungan,
ang bulag kong isip ay kusang dinamtan."

"Natarok ang lalim ng pilosopiya,
aking natutuhan ang astrolohiya,
natantong malinis ang kataka-taka
at mayamang dunong ng matematika."

"Sa loob ng anim na taong lumakad
itong tatlong dunong ay aking nayakap;
tanang kasama ko'y nagsisipanggilas,
sampu ng maestrong tuwa'y dili hamak."

106 Ang aspeto ng pandiwang ito ay makaluma, at hindi na ginagamit sa kasalukuyang Tagalog. Sa kasalukuyang Tagalog, ito ay "umaakay". Parehong salita ay mula sa pandiwang akay.

107 Ang aspeto ng pandiwang ito ay makaluma, at hindi na ginagamit sa kasalukuyang Tagalog. Sa kasalukuyang Tagalog, ito ay "umiilag". Parehong salita ay mula sa pandiwang ilag.

108 Ang aspeto ng pandiwang ito ay makaluma, at hindi na ginagamit sa kasalukuyang Tagalog. Sa kasalukuyang Tagalog, ito ay "pumapanaw". Parehong salita ay mula sa pandiwang panaw.

"Ang pagkatuto ko'y anaki himala,
sampu ni Adolfo'y naiwan sa gitna,
maingay na lamang tagapamalita,
sa buong Atenas ay gumagala."

"Kaya nga at ako ang naging hantungan,
tungo ng salita ng tao sa bayan;
mula bata't hanggang katanda-tandaan
ay nakatalastas ng aking pangalan."

"Dito na nahubdan ang kababayan ko
ng hiram na bait na binalat-kayo;
kahinhinang-asal na pakitantao,
nakilalang hindi bukal kay Adolfo."

"Natanto ng lahat na kaya nanamit
niyong kabaitang 'di taglay sa dibdib
ay nang maragdag pa sa talas ng isip
itong kapurihang mahinhi't mabait."

"Ang lihim na ito'y kaya nahalata,
dumating ang araw ng pagkakatuwa;
kaming nag-aaral baguntao't bata,
sari-saring laro ang minunakala."

"Minulan ang gali[109] sa pagsasayawan,
ayon sa musika't awit na saliwan;
larong buno't arnis na kinakitaan
ng kani-kaniyang liksi't karunungan."

---

109 Ipinaikling "ugali" upang tumugma sa 12 pantig ng bawat taludtod.

"Saka inilabas namin[110] ang trahedya
ng dalawang apo ng tunay na ina,
at mga kapatid ng nag-iwing amang
anak at esposo ng Reyna Yokasta."

"Papel ni Eteokles ang naging tungkol ko
at si Polinise nama'y kay Adolfo;
isang kaesk'wela'y siyang nag-Adrasto
at ang nagYokasta'y bunying si Menandro."

"Ano'y nang mumulang ang unang batalya
ay ang aming papel ang magkababata,
nang dapat sabihing ako'y kumilala't
siya'y kapatid kong kay Edipong bunga."

"Nanlisik ang mata't ang ipinagsaysay
ay hindi ang ditsong nasa orihinal,
kundi ang winika'y "Ikaw[111] na umagaw
ng kapurihan ko'y dapat kang mamatay!"

"Hinandulong ako, sabay nitong wika,[112]
ng patalim niyang pamatay na handa,
dangan nakaiwas ako'y nabulagta
sa tatlong mariing binitiwang taga."

"Ako'y napahiga sa inilag-ilag,
sa sinabayang bigla ng tagang malakas;
(salamat sa iyo, o Menandrong liyag,

---

110 Si Florante ang nagsasalaysay at, kasama ng kanyang mga kamag-aral, ang itinutukoy.

111 Si Florante ang itinutukoy.

112"Ikaw na umagaw ng kapurihan ko'y dapat kang mamatay!"

kundi sa liksi mo, buhay ko'y nautas!)[113]"

"Nasalag ang dagok na kamatayan ko,
lumipag ang tangang kalis ni Adolfo;
siyang pagpagitna ng aming maestro
at nawalandiwa kasama't katoto."

"Anupa't natapos yaong katuwaan
sa pangingilabot at kapighatian;
si Adolfo'y 'di naman nabukasan
noon di'y nahatid sa Albanyang bayan."

"Naging santaon pa ako sa Atenas,
hinintay ang loob ng ama kong liyag;
sa aba ko't noo'y tumanggap ng sulat
na ang balang letra'y iwang may kamandag."

"(Gunamgunam na 'di napagod humapis,
'di ka naianod ng luhang mabilis;
iyong ginugulo ang bait ko't isip
at 'di mo payagang payapa ang dibdib!)"

"(Kamandag kang lagak niyong kamatayan
sa sintang ina ko'y 'di nagpakundangan;
sinasariwa mo ang sugat na lalang
ng aking tinanggap na palasong liham!)"

"(Tutulungan kita ngayong magpalala
ng hapdi sa pusong 'di ko maapula;
namatay si ina. Ay! Laking dalita
ito sa buhay ko ang unang umiwa.)"

---

113 Ipinapahiwatig ng pangungusap na itong nasa loob ng
mga panaklong na ito ay isinasaisip lamang ng nagsasalita ngunit hindi
ibinibigkas.

"Patay na dinampot sa aking pagbasa
niyong letrang titik ng bikig na pluma;
(diyata, ama ko, at nakasulat ka
ng pamatid-buhay sa anak na sinta!)"

"May dalawang oras na 'di nakamalay
ng pagkatao ko't ng kinalalagyan;
dangan sa kalinga ng kasamang tanan
ay 'di mo na ako nakasalitaan."

"Nang mahimasmasa'y narito ang sakit,
dalawa kong mata'y naging parang batis;
at ang "Ay, ay, inay!" kung kaya mapatid
ay nakalimutan ang paghingang gipit."

"Sa panahong yao'y ang buo kong damdam
ay nanaw^{114} na sa akin ang sandaigdigan;
nag-iisa ako sa gitna ng lumbay,
ang kinakabaka'y sarili kong buhay."

"Hinamak ng aking pighating mabangis
ang sa maestro kong pang-aliw na boses;
ni ang luhang tulong ng samang may hapis
ay 'di nakaawas sa pasan kong sakit."

"Baras ng matuwid ay nilapastangan
ng lubhang marahas na kapighatian;
at sa isang titig ng palalong lumbay,
diwa'y lumulipad, niring katiisan."

---

114 Ito ang makatang uri ng pumanaw.

Bilin Ko'y Tandaan

"Anupa't sa bangis ng dusang bumugso,
minamasarap kong mutok[115] yaring puso;
at nang ang kamandag na nakapupuno,
saumamang dumaloy sa agos ng dugo."[116]

"May dalawang buwang hindi nakatikim
ako ng linamnam ng payapa't aliw;
ikalawang sulat ni ama'y dumating,
sampu ng sasakyang sumundo sa akin."

"Saad sa kalatas ay biglang lumulan
at ako'y umuwi sa Albanyang bayan;
sa aking maestro[117] nang nagpaalam,
aniya'y Florante, bilin ko'y tandaan."

"Huwag malilingat at pag-ingatan mo
ang higanting handa ng Konde Adolfo;
pailag-ilagang parang basilisko,
sukat na ang titig ng mata'y sa iyo."

"Kung ang isalubong sa iyong pagdating
ay masayang mukha't may pakitang-giliw,
lalong pag-ingata't kaaway na malihim,
siyang isaisip na kakabakahin."

"Dapuwa't huwag kang magpahalata,
tarok mo ang lalim ng kaniyang nasa;

115Ipinaikling "himutok" upang tumugma sa 12 pantig ng bawat taludtod.

116 Si Florante ang nagsasalaysay hanggang sa huling saknong.

117 Si Antenor ang maestrong ito.

ang sasadatahi'y lihim na ihanda,
nang may ipagtanggol sa araw ng digma."

"Sa mawika ito, luha'y bumalisbis
at ako'y niyakap na pinakahigpit;
huling tagubilin: bunso'y katitiis
at hinihinta ka ng maraming sakit."

"At mumulan mo na ang pakikilaban
sa mundong bayaning punong kaliluhan'
hindi na natapos at sa kalumbayan,
pinigil ang dila niyang nagsasaysay."

"Nagkabitiw kaming malumbay kapwa,
tanang kaesk'wela mata'y lumuluha;
si Menandro'y labis ang pagdaralita,
palibhasa'y tapat na kapuwa bata."

"Sa pagkakalapat ng balikat namin,
ng mutyang katoto'y 'di bumitiw-bitiw
hanggang tinulutang sumama sa akin
ng aming maestrong kaniyang amain."

"Yaong paalama'y anupa't natapos
at pagsasaliwan ng madlang himutok;
at sa kaingaya'y gulo ng adiyos,
ang buntung-hininga ay nakikisagot."

"Magpahanggang daong ay nagsipatnubay
ang aking maestro't kasamang iiwan;
humihip ang hangi't agad nahiwalay

sa pasig[118] Atenas ang aming sasakyan."

"Bininit sa busog ang siyang katulad
ng tulin ng aming daong sa paglalayag,
kaya 'di nalaon paa ko'y yumapak
sa dalampasigan ng Albanyang S'yudad[119]."

"Pag-ahon ko'y agad nagtuloy sa kinta,
'di humihiwalay ang katotong sinta;
paghalik sa kamay ng poon kong ama,
lumala ang sakit nang dahil kay ina."

"Nagdurugong muli ang sugat ng puso,
humigit sa una ang dusang bumubugso;
mawikang kasunod ng luhang tumulo;
"Ay, ama!" kasabay ng bating "Ay, bunso!"."

"Anupa't ang aming buhay na mag-ama,
nayapos ng bangis ng sing-isang dusa;
kami ay dinatnang nagkakayakap pa
niyong embahador ng bayang Krotona."

Dakilang Pagpapasakit

"Nakapanggaling na sa palasyo real
at ipinagsabi sa hari ang pakay;

---

118 Walang kaugnayan sa Ilog Pasig at sa Lungsod ng Pasig na matatagpuan
sa Kalakhang Maynila, Pilipinas. Nagpapahulugan ito sa isang uri ng ilog na
umaagos sa dagat.

119 Ginagamit ang "siyudad" sa pagpapahulugang "bayan"/"bansa", hindi
bilang isang lungsod.

dala'y isang sulat sa ama[120] kong[121] hirang,
titik ng monarkang kaniyang biyanan."

"Humihinging tulong at nasa pangamba,
ang Krotonang Reyno'y kubkob ng kabaka;
ang puno ng hukbo'y balita ng sigla —
Heneral Osmalic na bayani ng Persya."

"Ayon sa balita'y pangalawa ito
ng prinsipe niyang bantog sa sangmundo —
Alading kilabot ng mga gerero,
iyong kababayang hinahangaan ko."

Dito napangiti ang Morong kausap,
sa nagsasalita'y tumugong banayad;
aniya'y "Bihirang balita'y magtapat,
kung magtotoo ma'y marami ang dagdag."[122]

"At saka madalas ilala ng tapang
ay ang guniguning takot ng kalaban;
ang isang gererong palaring magdiwang,
mababalita na at pangingilagan."

"Kung sa katapanga'y bantog si Aladin,
may buhay rin namang sukat na makitil;
iyong matatantong kasimpantay mo rin
sa kasam-ang palad at dalang hilahil."

Sagot ni Florante: "Huwag ding maparis

---

120 Ang Duke Briseo ang itinutukoy.

121 Si Florante ang nagsasalaysay at ang itinutukoy.

122 Si Aladin na ang nagsasalita rito.

ang gererong bantog sa palad kong amis;
at sa kaaway ma'y 'di ko ninanais
ang laki ng dusang aking napagsapit."[123]

"Matanto ni ama ang gayong sakuna —
sa Krotonang Baya'y may balang sumira,
ako'y isinama't humarap na bigla
sa Haring Linceong may gayak ng digma."

"Kami ay bago pang nanakyat[124] sa hagdan
ng palasyong batbat ng hiyas at yaman
ay sumalubong na ang haring marangal,
niyakap si ama't ako'y kinamayan."

"Ang wika'y "O Duke, ang kiyas na ito
ang siyang kamukha ng bunying gerero;
aking napangarap na sabi sa iyo,
magiging haligi ng setro ko't reyno."[125]."

""Sino ito'y saan nanggaling na siyudad?"[126]
Ang sagot ni ama ay "Bugtong kong anak
na inihahandog sa mahal mong yapak,
ibilang sa isang basalyo't alagad."[127]."

---

123 Dito at hanggang sa huling saknong, si Florante na ang nagsasalita muli.

124 Ang aspeto ng pandiwang ito ay makaluma, at hindi na ginagamit sa kasalukuyang Tagalog. Sa kasalukuyang Tagalog, ito ay "umaakyat". Parehong salita ay mula sa pandiwang akyat.

125 Ang Haring Linceo ang nagsalita sa saknong na ito.

126 Ginagamit ang "siyudad" sa pagpapahulugang "bayan"/"bansa", hindi bilang isang lungsod. Ang Haring Linceo ang nagtatanong.

127 Ang Duke Briseo ang sumasagot.

"Namangha ang hari at niyakap ako.
"Mabuting panahon itong pagdating mo;
ikaw ang heneral ng hukbong dadalo
sa Bayang Krotonang kinubkob ng Moro."[128]"

"Patotohanan mong hindi iba't ikaw
ang napangarap kong gererong matapang
na maglalathala sa sansinukuban
ng kapurihan ko at kapangyarihan."

"Iyong kautangan paroong mag-adya,
nuno[129] mo ang hari sa Bayang Krotona;
dugo kang mataas at dapat kumita
ng sariling dangal at bunyi sa giyera."

"Sapagkat matuwid ang sa haring saysay,
umayon si ama, kahit mapait man,
na agad masubo sa pagpapatayan
ang kabataan ko't 'di kabihasaan."[130]

"Ako'y walang sagot na naipahayag
kundi haring poo't nagdapa sa yakap;
nang aking hahagkan ang mahal na baks,
kusang itinindig at muling niyakap."

---

128 Ang Haring Linceo muli ang nagsasalita rito hanggang sa susunod na
dalawang saknong.

129 Ginagamit ang "nuno" sa pagpapahulugang "pinanggalingang kamag-
anak", hindi bilang isang tauhan ng mitolohiyang Pilipino.

130 Si Florante na muli ang nagsasalita rito hanggang sa huling saknong.

Kagandahang Makalangit

"Nag-upuan kami[131]'t saka nagpanayam
ng bala-balaki't may halagang bagay,
nang sasalitin[132] ko ang pinagdaanan
sa bayang Atenas na pinanggalingan."

"Siyang pamimitak at kusang nagsabog
ng ningning ang talang kaagaw ni Benus —
anaki ay bagong umahon sa bubog,
buhok ay naglugay sa perlas na batok."

"Tuwang pangalawa kung hindi man langit
ang itinatapon ng mahinhing titig;
o, ang luwalhating buko[133] ng ninibig[134],
pain ni Kupidong walang makarakip."

"Liwanag ng mukha'y walang pinag-ibhan
kay Pebo kung anyong bagong sumisilang;
katawang butihin ay timbang na timbang
at mistulang ayon sa hinhin ng asal."

"Sa kaligayaha'y ang nakakaayos —
bulaklak na bagong iwinahi ng hamog;

---

131 Si Florante ay kasama rito sa mga itinutukoy, at ang nagsasalita.

132 Ipinaikling "sasalitain" upang tumugma sa 12 pantig sa bawat taludtod; walang kaugnayan sa "salit".

133 Ginagamit ang "buko" sa pagpapahulugang "bahagi ng isang bulaklak" hindi bilang isang bunga ng puno.

134 Ang aspeto ng pandiwang ito ay makaluma, at hindi na ginagamit sa kasalukuyang Tagalog. Sa kasalukuyang Tagalog, ito ay "umiibig". Parehong salita ay mula sa pandiwang ibig.

anupa't sinumang palaring manood,
patay o himala kung hindi umirog."

"Ito ay si Laurang ikinasisira
ng pag-iisip ko tuwing magunita,
at dahil nang tanang himutok at luha —
itinotono ko sa pagsasalita."

"Anak ni Linceong haring napahamak
at kinabukasan na'ng aking pagliyag;
(bakit itinulot, Langit[135] na mataas
na mapanood ko kung 'di ako dapat?)[136]"

"(O Haring Linceo, kundi mo pinilit
na sa salitaan nati'y makipanig,
ng buhay ko disi'y hindi nagkasakit
ngayong pagliluhan ng anak mong ibig!)"

"(Hindi katoto ko't si laura'y 'di taksil,
aywan ko kung ano't lumimot sa akin!
Ang palad ko'y siyang alipusta't linsil,
'di lang magtamo ng tuwa sa giliw.)"

"(Makakapit kaya ang gawang magsukab
sa pinakayaman ng langit sa dilag?
Kagandaha'y bakit 'di makapagkalag
ng pagkakapatid sa maglilong lakad?)"

"(Kung nalalagay kay, ang mamatuwirin,

---

135 Itinutukoy ang Diyos ng kristiyanismo.

136 Ipinapahiwatig ng pangungusap na itong nasa loob ng mga panaklong
na ito ay isinasaisip lamang ng nagsasalita ngunit hindi ibinibigkas.

sa laot ng madlang sukat ipagtaksil,
dili ang dangal mo'ng dapat na lingapin,
mahigit sa walang kagandaha't ningning?)"

"(Ito ay hamak pa bagang sumansala
ng karupukan mo at gawing masama?
Kung ano ang taas ng pagkadakila,
siya ring lagapak naman kung marapa.)"

"O bunying gererong naawa sa akin,
pagsilang na niyong nabagong bituin,
sa pagkakita ko'y sabay ang paggiliw,
inagaw ang pusong sa ina ko'y hain."

"Anupa't ang luhang sa mata'y nanagos[137]
ng pagkaulila sa ina kong irog,
natungkol sa sinta't puso'y nangilabot,
baka 'di marapat sa gayong alindog."

"Hindi ko makita ang patas na wika
sa kaguluhan ko't pagkawalandiwa,
nang makiumpok na'y ang aking salita,
anhin mang tuwirin ay nagkakalisya."

"Nang malutas yaong pagsasalitaan
ay wala na akong kamaharlikaan;
kaluluwa'y gulo't puso'y nadadarang
sa ningas ng sintang bago kong natikman."

---

137 Ang aspeto ng pandiwang ito ay makaluma, at hindi na ginagamit sa
kasalukuyang Tagalog. Sa kasalukuyang Tagalog, ito ay "umaagos". Parehong
salita ay mula sa pandiwang agos. Wala rin itong kaugnayan sa salitangtagos.

Luha ng Pagmamahal

"Tatlong araw noong piniging ng hari
sa palasyo real na sa yama'y bunyi
ay 'di nakausap ang punong pighati
at inaasahang iluluwalhati."[138]

"Dito ko natikman ang lalong hinagpis,
higit sa dalitang naunang tiniis;
at hinulaan ko ang lahat ng sakit
kung sa kahirapan mula sa pag-ibig."

"Salamat at noong sa kinabukasan,
hukbo ko'y lalakad sa Krotonang Bayan,
sandaling pinalad na nakapanayam
ang prinsesang nihag[139] niring katauhan."

"Ipinahahayag ko nang wikang mairog,
nang buntung-hininga, luha at himutok,
ang matinding sintang ikinalulunod
magpahangga ngayon ng buhay kong kapos."

"Ang pusong matibay ng himalang dikit[140],
nahambal sa aking malumbay na hibik;
dangan ang kanyang katutubong bait
ay humadlang, disin sinta koy' nabihis."

---

138 Si Florante ang nagsasalita hanggang sa huling saknong.

139 Ang aspeto ng pandiwang ito ay makaluma, at hindi na ginagamit sa kasalukuyang Tagalog. Sa kasalukuyang Tagalog, ito ay "bumihag". Parehong salita ay mula sa pandiwang bihag.

140 Ginagamit ang "dikit" sa pagpapahulugang "ganda", hindi bilang katayuan ng pagiging malapit sa isa at isa. Kay Laura ang pusong matibay na iyon.

"Nguni'y kung ang oo'y 'di man binitiwan,
naliwanagan din sintang nadirimlan;
at sa pagpanaw ko ay pinabaunan
ng may hiyang perlas na sa mata'y nukal[141]."

"Dumating ang araw ng aking pag-alis,
sino ang sasayod ng bumugsong sakit?
Dini sa puso ko'y alin ang hinagpis
na hindi nagtimo ng kanyang kalis?"

"May sakit pa kayang lalalo ng tindi
sa ang sumisinta'y mawalay sa kasi?
Guni-guni lamang 'di na ang magyari,
sukat ikalugmok ng pusong bayani."

"(O nangag-aalay ng mabangong suob
sa dahilang altar ni Kupidong diyos,
sa dusa ko'y kayo ang nakatatarok
noong maulila sa Laura kong irog!)[142]"

"At kung 'di sa luhang pabaon sa akin,
namatay na muna ako bago ko naatim;
dusang 'di lumikat hanggang sa dumating
sa Bayang Krotonang kubkob ng hilahil."

"Kuta'y lulugso na sa bayong madalas
ng mga makinang talagang pangwalat,

---

141 Ang aspeto ng pandiwang ito ay makaluma, at hindi na ginagamit sa
kasalukuyang Tagalog. Sa kasalukuyang Tagalog, ito ay "bumukal". Parehong
salita ay mula sa pandiwang bukal.

142 Ipinapahiwatig ng pangungusap na itong nasa loob ng
mga panaklong na ito ay isinasaisip lamang ng nagsasalita ngunit hindi
ibinibigkas.

siyang paglusob ko't ng hukbong akibat,
ginipit ang digmaang kumubkob sa s'yudad[143]."

"Dito'y ang masidhing lubhang kamatayan
at Parkas Atropos ay nagdamdam-pagal
sa paggapas nila't pagkitil ng buhay
ng naghihingalong sa dugo'y naglutang."

"Makita ng piling Heneral Osmalic
ang aking marahas na pamimiyapis,
pitong susong[144] hanay na dulo ng kalis[145],
winahi ng tabak nang ako'y masapit."

"Sa kaliwa't kanan niya'y nangalaglag
mga soldados kong pawang mararahas;
lumapit sa aking mata'y nagniningas,
"Halika," aniya't "kita ang maglamas."[146]."

"Limang oras kaming hindi naghiwalay
hanggang sa nahapo ang bato ng tapang;
nagliksa ang langit nang aking mapatay[147] ...
habag sa gererong mundo'y tinakhan."

---

143 Ginagamit ang "siyudad" sa pagpapahulugang "bayan"/"bansa", hindi
bilang isang lungsod.

144 Ginagamit ang "susong" sa pagpapahulugang "patong na", hindi bilang
isang bahagi ng katawan. Ang salitang ito ay mula sa "susong", hindi sa
"suso".

145 ni Florante

146 Si Osmalic ang nagsabi niyon.

147 si Osmalic

"Siya nang pagsilid ng pangingilabot
sa kalabang hukbong parang sinasalot
ng pamuksang tabak ni Menandrong bantog.
Ang kampo't biktorya'y napaaming lubos."

Bayani ng Krotona

"Tagumpay na ito'y pumawi ng lumbay
ng mga nakubkob ng kasakunaan;
panganib sa puso'y naging katuwaan,
ang pinto ng s'yudad pagkadaka'y nabuksan."[148]

"Sinalubong kami ng haring dakila,
kasama ng buong bayang natimawa;
ang pasasalamat ay 'di maapula
sa 'di magkawastong nagpupuring dila."

"Yaong bayang hapo't baong nakatighaw
sa nabalang bangis ng mga kaaway,
sa pagkatimawa ay nag-aagawang
malapit sa aki't damit ko'y mahagkan."

"Sa lakas ng hiyaw ng Pamang matabil,
bibang dugtung-dugtong ay nakikisaliw;
ang gulong "Salamat, nagtanggol sa amin!"
dininig sa langit ng mga bituin."

"Lalo na ang tuwa nang ako'y matatap
na apo ng hari nilang nililiyag;
ang monarka nama'y 'di munti ang galak,
luha ang nagsabi ng ligayang ganap."

---

148 Si Florante ang nagsasalita rito hanggang sa huling saknong.

"Nagsiakyat kami sa palasyong bantog
at nangagpahinga ang soldadong pagod;
datapwa't ang baya'y tatlong araw halos
na nakalimutan ang gawing matulog."

"Sa ligaya namin ng nuno[149] kong hari,
nakipagitan din ang lilong pighati;
at ang pagkamatay ng ina kong pili,
malaon nang lanta'y nanariwang muli."

"Dito naniwala ang bata kong loob
na sa mundo'y walang katuwaang lubos;
sa minsang ligaya't tali na'ng kasunod —
makapitong lumbay hanggang matapos."

Pangimbulo — Ugat ng Kataksilan

"Naging limang buwan ako[150] sa Krotona,
nagpilit bumalik sa Reynong Alabanya;
'di sinong susumang sa akay ng sinta,
kundi ang tinutungo'y lalo't isang Laura.

"Sa gayong katulin ng amin paglakad,
naiinip ako't ang nasa'y lumipad;
aba't nang matanaw ang muog ng s'yudad,
kumutob sa aking puso'y lalong hirap!"

---

149 Ginagamit ang "nuno" sa pagpapahulugang "pinanggalingang kamag-anak", hindi bilang isang tauhan ng mitolohiyang Pilipino.

150 Si Florante ang itinutukoy at nagsasalita.

"Kaya pala gayo'y ang nawawagayway
sa kuta'y hindi na bandilang binyagan,
kundi Medialuna't reyno'y nasalakay
ni Alading salot ng pasuking bayan."

"Ang akay kong hukbo'y kusang pinahimpil
sa paa ng isang bundok na mabangin,
'di kaginsa-ginsa'y natanawan namin,
pulutong ng Morong lakad ay mahinhin."

"Isang binibini ang gapos na taglay
na sa damdam nami'y tangkang pupugutan;
ang puso ko'y lalong naipit ng lumbay
sa gunitang baka si Laura kung buhay."

"Kaya 'di napigil ang akay ng loob
at ang mga Moro'y bigla kong nilusob;
palad nang tumakbo at hindi natapos
sa aking pamuksang kalis na may poot!"

"Nang wala na akong pagbuntuhang galit,
sa 'di makakibong gapos ay lumapit;
ang takip sa mukha'y nang aking ialis,
aba ko't si Laura! May lalo pa[151] ng sakit?"

"Pupugutan dahil sa hindi pagtanggap
sa sintang mahalay ng emir sa s'yudad[152];
nang mag-asal-hayop ang Morong pangahas,
tinampal sa mukha ang himalang dilag."

---

151 ba

152 Ginagamit ang "siyudad" sa pagpapahulugang "bayan"/"bansa", hindi
bilang isang lungsod.

"Aking dali-daling binalag sa kamay
ang lubid na walang awa at pitagan;
ang daliri ko'y naaalang-alang
marampi sa balat na kagalang-galang."

"Dito nakatanggap ng luna na titig
ang nagdaralitang puso sa pag-ibig;
araw ng ligayang una kong paginig
ng "sintang Florante" sa kay Laurang bibig."

"Nang aking matantong nasa bilangguan
ang bunying monarka't ang ama kong hirang;
nag-utos sa hukbo't aming sinalakay
hanggang 'di nabawi ang Albanyang Bayan."

"Pagpasok na namin sa loob ng reyno,
bilanggua'y siyang una kong tinungo;
hinango ang hari't ang dukeng ama ko
sa kaginooha'y isa si Adolfo."

"Labis ang ligayang kinamtan ng hari
at ng natimawang kamahalang pili;
si Adolfo lamang ang nagdalamhati,
sa kapurihan kong tinamo ang sanhi."

"Pangimbulo niya'y lalo nang nag-alab
nang ako'y tawaging Tanggulan ng S'yudad,
at ipinagdiwang ng haring mataas
sa palasyo real nang lubos na galak."

"Saka nahalatang ako'y minamahal
ng pinag-uusig niyang kariktan;
ang Konde Adolfo'y nagpapakamatay —

dahil sa korona — kay Laura'y makasal."

"Lumago ang binhing nagmula sa Atenas
ipinunlang nasang ako[153]'y ipahamak;
kay Adolfo'y walang bagay na masaklap,
para ng buhay kong hindi nauutas."

Mariing Hampas ng Langit sa Bayan

"'di nag-ilang buwan ang sa reynong tuwa
at pasasalamat sa pagkatimawa,
dumating ang isang hukbong maninira
ng tagaTurkiyang masakim na lubha."

"Dito ang panganib at pag-iiyakan
ng bagong nahugot sa dalitang bayan,
lalo na si Laura't ang kapangambahan
ang ako ay sam-ing palad sa patayan."

"Sapagkat heneral akong inatas
ng hari sa hukbong sa Moro'y lalabas;
nag-uli ang loob ng bayang nasindak
puso ni Adolfo'y parang nakamandag."

"Niloob ng Langit[154] na aking masupil
ang hukbo ng bantog na si Miramolin;
siyang mulang araw na ikinalagim
sa Reynong Albanya ng Turkong masakim."

---

153 Si Florante ang itinutukoy at nagsasalita.

154 Itinutukoy ang Diyos ng kristiyanismo.

"Bukod dito'y madlang digma ng kaaway
ang sunud-sunod kong pinagtagumpayan;
anupa't sa aking kalis na matapang,
labimpitong hari ang nangagsigalang."

"Isang araw akong bagong nagbiktorya
sa Etolyang S'yudad na kusang binaka,
tumanggap ng sulat ng aking monarka,
mahigpit na biling umuwi sa Albanya."

"At ang paninihala sa dala kong hukbo,
ipagkatiwalang iwan kay Menandro;
noon di'y tumulak sa Etolyang Reyno,
pagsunod sa hari't Albanya'y tinungo/"

"Nang dumating ako'y gabing kadiliman,
pumasok sa reynong walang agam-agam;
pagdaka'y nakubkob[155] ... (Laking kaliluhan)[156]
ng may tatlumpung libong sandatahan."

"'di binigyang-daang akin pang mabunot
ang sakbat na kalis at makapamook;
buong katawan ko'y binidbid ng gapos,
piniit sa karsel na katakut-takot."

"Sabihin ang aking pamamahangha't lumbay,
lalo nang matantong monarka'y pinatay
ng Konde Adolfo't kusang idinamay

_____

155 si Florante

156 Ipinapahiwatig ng pangungusap na itong nasa loob ng
mga panaklong na ito ay isinasaisip lamang ng nagsasalita ngunit hindi
ibinibigkas.

ang ama kong irog na mapagpalayaw[157]."

"Ang nasang yumama't haring mapatanyag
at uhaw sa aking dugo ang yumakag
sa puso ng Konde sa gawang magsukab ...
(O, napakarawal na Albanyang S'yudad[158]!)"

"(Mahigpit kang aba sa mapagpunuan
ng hangal na puno at masamang asal,
sapagkat ang haring may hangad sa yaman
ay mariing hampas ng Langit sa bayan.)"

"Ako'y lalong aba't dinaya ng ibig,
may kahirapan pang para ng marinig
na ang prinsesa ko'y nangakong mahigpit
pakasal sa Konde Adolfong balawis?"

"Ito ang nagkalat ng lasong masidhi
sa ugat ng kaing pusong mapighati
at pinagnasaang buhay ko'y madali
sa pinanggalingang wala'y masauli."

"Sa pagkabilanggong labingwalong araw,
naiinip ako sa 'di pagkamatay;
gabi nang hangui't ipinagtuluyan
sa gubat na ito'y kusang ipinugal."

"Bilang makalawang maligid ni Pebo

---

157 Ang paggamit ng salitang ito at ng iba pang mga salitang nagmula
sa palayaw sa buong kabanatang ito ay sa kahulugan nitong "pagpapalaki sa
layaw", hindi sa "pagbabansag".

158 Ginagamit ang "siyudad" sa pagpapahulugang "bayan"/"bansa", hindi
bilang isang lungsod.

ang sandaigdigan sa pagkagapos ko,
nang inaakalang nasa ibang mundo,
imulat ang mata'y nasa kandungan mo[159]."

"Ito ang buhay kong silu-silong sakit
at hindi pa tanto ang huling sasapit ..."[160]
Mahahabang salita ay dito napatid,
ang gerero[161] naman ang siyang nagsulit.

Bakit, Ama Ko?

"Ang pagkabuhay mo[162]'y yamang natalastas,
tantuin mo naman ngayon ang kausap;
ako[163] ang Aladin sa Persyang Siyudad[164],
anak ng balitang Sultang Ali-Adab."

"Sa pagbatis niring mapait na luha,
ang pagkabuhay ko'y sukat mahalata ...
(Ay, ama ko! Bakit? Ay Fleridang tuwa!)[165]
katoto'y bayaang ako'y mapayapa."

---

159 Si Laura ang itinutukoy dito sa paglalaran ng, ayon kay Florante,
kanyang malaPebo sa liwanag na mukha.

160 Dito nagtapos ang pagsasalaysay ni Florante habang si Aladin naman ang
magsasalaysay ng kanyang buhay.

161 Si Aladin ang itinutukoy at ang sunod na magsasalaysay.

162 Si Florante ang itinutukoy at ikinakausap.

163 Si Aladin ang nagsasalita at itinutukoy.

164 Ginagamit ang "siyudad" sa pagpapahulugang "bayan"/"bansa", hindi
bilang isang lungsod.

"Magsama na kitang sa luha'y maagna,
yamang pinag-isa ng masamang palad;
sa gubat na ito'y hintayin ang wakas
ng pagkabuhay tang[166] nalipos ng hirap."[167]

Hindi na inulit ni Florante naman,
luha ni Aladi'y pinaibayuhan;
tumahan sa gubat na may limang buwan,
nang isang umaga'y naganyak maglibang.

Kanilang nilibot ang loob ng gubat,
kahit bahagya na makakitang-landas;
dito sinalita ni Alading hayag
ang kanyang buhay na kahabag-habag.

Aniya'y "Sa madlang gerang dinaanan,
'di ako naghirap ng pakikilaban
para nang bakahin ang pusong matibay
ni Fleridang irog na tinatangisan."[168]

"Kung nakiumpok sa madlang prinsesa'y
si Diana'y sa gitna ng maraming nimpa,
kaya at kung tawagin sa Reynong Persya,
isa si Huri ng mga propeta."

"Anupa't pinalad na aking dinaig

---

165 Ipinapahiwatig ng pangungusap na itong nasa loob ng
mga panaklong na ito ay isinasaisip lamang ng nagsasalita ngunit hindi
ibinibigkas.

166 Ito ay pinagsamang "at" at "ang".

167 Si Florante ang nagsaysay nito.

168 Si Aladin ang nagsasalita hanggang sa huling saknong.

sa katiyagaan ang pusong matipid;
at pagkakaisa ng dalawang dibdib,
pagsinta ni ama'y nabuyong gumiit."

"Dito na minulan ang pagpapahirap
sa aki't ninasang buhay ko'y mautas;
at nang magbiktorya sa Albanyang S'yudad,
pagdating sa Persya ay binilanggo agad."

"At ang ibinuhat na kasalanan ko,
'di pa utos niya'y iniwan ang hukbo;
at nang mabalitang reyno'y nabawi mo,
noo'y hinatulang pugutan ng ulo."

"Nang gabing malungkot na kinabukasan,
wakas na tadhanang ako'y pupugutan,
sa karsel ay nasok[169] ang isang heneral,
dala ang patawad na lalong pamatay."

"Tadhanang mahigpit ay nalis[170] pagdaka,
huwag mabukasan sa Reyno ng Persiya;
sa munting pagsuway — buhay ko ang dusa ...
sinunod ko't utos ng hari ko't ama."

"Ngunit sa puso ko'y matamis pang lubha
na tuloy nakitil ang hiningang aba,
huwag ang may buhay na nagugunita —

---

169 Ang aspeto ng pandiwang ito ay makaluma, at hindi na ginagamit sa kasalukuyang Tagalog. Sa kasalukuyang Tagalog, ito ay "pumasok". Parehong salita ay mula sa pandiwang pasok.

170 Ang aspeto ng pandiwang ito ay makaluma, at hindi na ginagamit sa kasalukuyang Tagalog. Sa kasalukuyang Tagalog, ito ay "umalis". Parehong salita ay mula sa pandiwang alis.

iba ang may kandong sa langit ko't tuwa."

"May anim na ngayong taong walang likat
nang nilibut-libot na kasama'y hirap ..."
napatigil dito't sila'y may namatyag,
nagsasalitaan sa loo ng gubat.

Sa Ngalan ng Pag-ibig

Napakinggan nila'y ganitong saysay:
"Nang aking[171] matatap na pupugutan
ang abang sinta[172] kong nasa bilangguan,
nagdapa sa yapak ng haring[173] sukaban.".

"Inihinging-tawad ng luha at daing
ang kaniyang anak na mutya ko't giliw;
ang sagot ay kundi kusa kong tanggapin
ang pagsinta niya'y 'di patatawarin."

"Ano'ng gagawin ko sa ganitong bagay?
Ang sinta ko kaya'y hayaang mamatay?
Napahinuhod na ako't nang mabuhay
ang prinsipeng irog na kahambal-hambal!"

"Ang 'di nabalinong matibay kong dibdib
ng suyo ng hari, bala at paghibik,
naglambot na kusa't kumain sa sakit

---

171 Si Flerida ang nagsasaysay dito at itinutukoy habang sinasaysayan niya
si Laura.

172 Si Aladin ang itinutukoy ni Flerida.

173 Ito ang Sultan Ali-Adab.

at nang mailigtas ang buhay ng ibig.

"Sa tuwa ng hari, pinawalan agad
dahil ng aking luhang pumapatak;
dpuwa't tadhanang umalis sa s'yudad[174]
at sa ibang lupa'y kusang mawakawak."

"Pumanaw sa Persya ang irog ko't buhay
na hindi man kami nagkasalitaan;
tingni kung may luha akong ibubukal
na maitutumbas sa dusa kong taglay!"

"Nang iginaganya sa loob ng reyno
yaong pagkakasal na kamatayan ko,
aking naakalang magdamit-gerero
at kusang magtanan sa real palasyo."

"Isang hatinggabing kadilimang lubha,
lihim na naghugos ako sa bintana;
walang kinasama kung hindi ang nasa —
matunton ang sinta kung nasaang lupa."

"May ilan nang taon akong naglagalag
na pinapalasyo ang bundok at gubat;
dumating nga rito't kita[175]'y nailigtas
sa masamang nasa niyong taong sukab[176]

---

174 Ginagamit ang "siyudad" sa pagpapahulugang "bayan"/"bansa", hindi bilang isang lungsod. Ang Kaharian ng Persya ang itinutukoy dito.

175 Sina Flerida at Laura ang itinutukoy.

176 Si Adolfo ang itinutukoy nang tinangka niyang halayin si Laura bago siya pinatay ni Flerida.

Salita'y nahinto sa biglang pagdating
ng Duke Florante't Prinsipe Aladin;
na pagkakilala sa boses ng giliw,
ang gawi ng puso'y 'di mapigil-pigil.

Aling dila kaya ang makasasayod
ng tuwang kinamtan ng magkasing-irog?
Sa hiya ng sakit sa lupa'y lumubog,
dala ang kanyang napulpol na tunod.

Saang kalangitan napaakyat kaya
ang ating Florante sa tinamong tuwa
ngayong tumititig sa ligayang mukha
ng kanyang Laurang ninanasa-nasa?

Also available from JiaHu Books

詩經 - 9781784350444

易經 – 9781909669383

春秋左氏傳 - 9781909669390

尚書 – 9781909669635

莊子 – 9781784350277

孟子 – 9781784350284

禮記 – 9781784350437

Truyện Kiều – 9781784350185

Terra baixa - Àngel Guimerà

L' Atlàntida - Jacint Verdaguer

Canigó – Jacint Verdaguer

Os Maias (Livro Primeiro e Segundo) - José Maria de Eça de Queirós

Os Lusíadas - Luís Vaz de Camões

Cantares gallegos - Rosalía de Castro

Il Principe - The Prince - Italian/English Bilingual Text - Niccolo Machiavelli

18442630R00049